HADITHI ZA KIKWETU

Mtoto aliyetoweka

Hadithi za Kikwetu

1.	Kiongozi Hodari	Njiru Kimunyi
2.	Mungu Nisaidie	Njiru Kimunyi
3.	Yaliyompata Winko Ripuvani	Pamela M.Y. Ngugi
4.	Asante Mama	Pamela M.Y. Ngugi
5.	Bustani Yenye Hazina	Akberali Manji
6.	Kaponea Chupuchupu	Akberali Manji
7.	Kitoweo cha Samaki	Nyambura Mpesha
8.	Marafiki wa Pela	Nyambura Mpesha
9.	Tajiri Mjanja	Leo Odera Omolo
10.	Mfalme na Majitu	Leo Odera Omolo
11.	Kaburi Bila Msalaba	P.M. Kareithi
12.	Majuto ni Mjukuu	P.M. Kareithi
13.	Hadithi Teule	Sun Bao Hua
14.	Kijana Aliyeuza Hekima	Sun Bao Hua
15.	Chura Mcheza Ngoma	Rebecca Nandwa
16.	Mfalme Chui Mkatili	Rebecca Nandwa
17.	Kinga ya Rushwa	Fortunatus Kawegere
18.	Mateso,Mwathirika wa Ukimwi	Fortunatus Kawegere
19.	Ngiri Mganga	Emmanuel Kariuki
20.	Safari ya Kombamwiko	Emmanuel Kariuki
21.	Kachuma na Polisi Wezi	Patrick Ngugi
22.	Kachuma na Binadamu Wanyama	Patrick Ngugi
23.	Mgomba Changaraweni	Ken Walibora
24.	Heri kujikwaa Mguu	Peter Juma
25.	Asiyesikia la Mkuu	Peter Juma
26.	Adhabu ya Mvua	Amos Nandasaba
27.	Tabasamu Baada ya Dhiki	Amos Nandasaba
28.	Nguchiro Mwenye Maringo	Lemi Matau
29.	Nimeshindwa Tena	Ken Walibora
30.	Kuku aliyegeuka kuwa Kanga	Fortunatus Kawegere

na vinginevyo....vinginevyo vingi

Mtoto aliyetoweka

AKBERALI MANJI

PHOENIX PUBLISHERS, NAIROBI

Kimetolewa mara ya kwanza mnamo 2001 na
Phoenix Publishers Ltd.,
Mellow Heights, Ngara Road,
S.L.P. 30474-00100,
Nairobi, Kenya.

ISBN 9966 47 230 4

Kimenakiliwa tena 2004, 2005, 2006, 2007, 2010, 2013, 2015, 2019

Kimepigwa chapa na
Modern Lithographic (K) Limited,
S. L. P. 52810-00200,
Nairobi, Kenya.

Yaliyomo

1 KOMEN ATEKWA NYARA

Giza nene lilienea kila upande. Nyota chache zilionekana kwa mbali angani. Joto kali la mchana kutwa halikutokea, badala yake upepo mkali ulivuma. Matawi ya miti yaliyumbishwa huku na kule.

Katika eneo hilo lililokuwa na vichaka, ilikuwepo nyumba moja tu. Nyumba hiyo ilichakaa na haikuwa ikitumika. Katika chumba kimoja, ilisimikwa nguzo moja imara. Hapo ndipo alipofungwa kamba mtoto mdogo mwenye umri wa miaka kumi na miwili. Licha ya kamba, mtoto huyo pia alifungwa kitambaa mdomoni ili asipige yowe.

Huyo alikuwa Komen, mtoto wa mkulima maarufu aliyeitwa Ikanga. Kando yake waliketi watu wawili. Watu hao walikuwa Saki na Dani na wote walikuwa wahalifu. Mshumaa uliotoa mwanga ulikuwa katikati yao.

Saki na Dani walimteka nyara Komen akiwa katika eneo la shule ya msingi ya Kilatu. Adhuhuri moja watu hao waliegesha gari walililoliazima kando ya shule hiyo. Walifika hapo wakatokea katikati ya mji wa Isanza, mji uliokuwa wa shughuli nyingi.

Shule ya Kilatu ilikuwa maarufu mjini Isanza.

Nayo ilijengwa kando ya barabara kuu iliyoelekea katikati ya mji.

Saki na Dani walisubiri hadi Komen alipotoka shule akiwa na wenzake. Ndipo walipomsongelea hali wakitabasamu.

"Komen," Saki aliita.

"Naam," Komen aliitika na kusimama.

Akauweka sawa mfuko wake wa vitabu.

"Baba yako ametutuma tukuchukue," Saki alisema. "Baba yako, Ikanga, ni rafiki yetu. Hivi sasa anaandaa sherehe kwa heshima yetu. Anataka nawe ufike kwenye sherehe hiyo."

Maelezo hayo yalimvutia Komen mara moja. Kwa sababu hiyo hakuonyesha wasiwasi wowote ule.

Akawageukia wenzake na kujigamba, "Hawa ni marafiki wa baba yangu. Tazama wamenifuata hapa wakiwa na gari. Niliwambieni kuwa ndugu zetu wote ni matajiri." Wenzake hawakusema kitu.

Waliizoea tabia ya Komen ya kujisifia utajiri wao. Walimpuuza na kwenda zao.

Komen aliongozana na watu hao hadi garini. Baada ya wote kupanda, Saki aliliendesha gari kwa kasi.

Baada ya muda mfupi kupita, Komen alishangazwa na jambo moja. Gari lilielekea upande tofauti na nyumbani kwao.

Mara moja, akaeleza dukuduku lake, "Mbona nyumbani kwetu sio huko mnakoenda?"

"Usiwe na shaka," Saki alisema. "Mama yako amekwenda kumtembelea rafiki yake nje ya mji. Baba yako ametuagiza tumpitie baada ya kukuchukua wewe."

Komen hakuridhishwa na maelezo hayo. Alikuwa mwerevu wa kumjua mtu aliyesema uongo. Isitoshe, hakuwahi kusikia habari za rafiki wa mama yake aliyeishi nje ya mji. Hata hivyo, alivuta subira.

"Nikiwa mkubwa nitanunua gari kama hili," Komen alisema. "Nitaendesha kasi kuliko hivi."

"Hahaha," Dani alicheka. "Inaelekea unapenda sana kuwa dereva," alisema.

"Saana," Komen alisema. "Natarajia kuwa tajiri kuliko hata baba yangu. Nitanunua magari ya kila aina."

Dani na Saki walitulizana kimya. Hawakutaka kuongea mazungumzo zaidi. Gari lilizidi kwenda kasi likawa tayari nje ya mji.

Wasiwasi ulimrudia tena Komen. Wala hakuweza kutulia katika kiti cha gari. Macho yake yaliangaza huku na huko. Alitafakari lengo la safari hiyo. Kadiri gari lilivyopita mapori ndivyo Komen alivyozidi kujawa na woga.

Mwisho alipata wazo.

"Tafadhali simamisha gari," alisema.

"Nataka kujisaidia."

Saki na Dani walitazamana. Kisha wote wakamtazama Komen ambaye alijifanya hana wasiwasi. Saki na Dani hawakupatwa na mashaka. Punde si punde gari likasimama kando ya kichaka.

Dani alimfuata Komen baada ya kuteremka. Komen alizunguka nyuma ya kichaka. Kijana huyo hakujisaidia, badala yake alianza kutimua mbio.

"Saki! Saki! " Dani aliita. "Komen amekimbia!"

Saki alitoka garini upesi, akaelekea kichakani. Alimwona Dani akitimua mbio kumfukuza Komen. Naye akakimbia kwa kasi kuwafuata.

Komen hakuweza kupenya katikati ya miti iliyojaa miiba. Jasho jingi lilimtoka. Alikuwa akihema huku machozi yakimtoka. Saki aliweza kumkamata Komen baada ya muda mfupi.

"Huwezi kututoroka kamwe," Dani alisema baada ya kuwafikia. "Hakuna mtu yeyote anayeweza kukuokoa. Kama baba yako atapuuza, huu utakuwa mwisho wako."

Maelezo hayo yalimfanya Komen atetemeke sana. Alijaribu kupiga yowe, lakini Dani alimwahi. Akamfunga kitambaa kilichouziba mdomo wake. Kisha Komen alielekezwa garini.

Saki aliendesha gari hadi kwenye njia ndogo. Aliiacha barabara kubwa na kuifuata ile njia ndogo. Kisha, gari lilisimama kando ya nyumba hiyo. Walitoa kamba na kumfunga Komen kwenye nguzo kubwa chumbani.

Kabla hawajaondoka walibadilisha namba za usajili za gari. Badala ya namba XTY 80Z, waliweka kibao kilichokuwa na namba TB 90.

Kisha walikiweka kibao walichotoa chini ya kiti cha mbele. Wakapanda garini na kuondoka.

"Kwanza tumfuate Bob," Saki alisema. "Ni lazima tumfahamishe juu ya mafanikio tuliyoyapata. Kisha tutalirudisha gari hili kwa mwenyewe."

"Vema," Dani alisema. "Lakini gari halina wasiwasi tena maana tumebadili namba zake.

"Basi tumfuate Bob," Saki alisema. "Bob alisema tutamkuta kilabuni. Yeye ndiye kiongozi wetu. Bila yeye hatuwezi kuendelea na hatua inayofuata."

Kiongozi wa wahalifu hao aliitwa Masha. Masha hakutaka Saki na Dani wamjue jina lake. Ilivyo aliwaambia anaitwa Bob.

Wakati huo Masha alikwishaandaa hatua iliyofuata. Alimwandikia Baba yake Komen ujumbe ufuatao.

Tumemteka nyara mwanao, Komen. Ni lazima utupe shilingi laki mbili ili umpate Komen. Weka fedha hizo katika tundu la mbuyu, jirani na Hoteli ya Teraza. Tunakupa muda usiozidi saa 48 tu, kuanzia jioni ya leo. Kama hutafanya hivyo, tutamdhuru mwanao.

Masha alifika eneo alililoishi Ikanga. Lakini alikuwa makini ili asionekane. Alisubiri hadi alipomwona mtoto mdogo wa kiume.

Alimwita mtoto huyo ili amtume.

Masha alimpa yule mtoto shilingi kumi. "Utanunua pipi," akamwambia. "Nakuomba uipeleke barua hii penye mlango mweupe. Sema ni barua yao."

Yule mtoto alifurahia kupata shilingi kumi. Akaipokea bahasha na kwenda zake. Masha aligeuka na kuondoka eneo hilo upesi.

Yule mtoto alisimama dukani kabla hajafika kwa kina Komen. Baada ya kununua pipi, aligeuka nyuma. Hakumwona Masha. Akaichanachana ile barua na kuelekea kwao.

Baada ya Saki na Dani kufika kilabuni Masha alijitokeza. Aliwaongoza wahalifu hao pembeni mwa kilabu.

"Tumefanikiwa kumteka Komen," Dani alimwarifu Masha.

Tumemfunga katika nyumba ile, kama tulivyopanga." Dani alieleza zaidi.

Masha alilifurahia jambo hilo. Lakini alionyesha wasiwasi juu ya lile gari.

"Je, mmebadilisha namba za gari?" Masha aliuliza.

"Ndiyo," Dani alijibu. "Tulifunga namba bandia kabla ya kumteka nyara Komen. Hizi ndizo namba halali za gari hili."

"Sawa," Masha alisema. "Tayari nimekwishaandika ujumbe kwa baba yake Komen. Nitahakikisha ujumbe huu unamfikia."

"Kwa nini usimpigie simu?" Dani aliuliza.

"Simu itamshtua sana," Masha alijibu. "Baba yake anaweza kuwaeleza polisi baada ya mshtuko. Lakini akisoma ujumbe, atatafakari kwanza."

"Kwa hiyo, sisi tunakwenda," Saki alisema. "Tunalazimika kumlinda mateka wetu. Pia, ni lazima tukamfahamishe Juma, mwenye gari."

"Kwani Juma anataka nini zaidi?" Masha aliuliza.

"Anasubiri mgao wa pesa tu," Dani alijibu, "Lakini ni vema ajue kama tumefanikiwa au la."

"Vema," Masha alisema. "Nitawajulisha yote yatakayotokea."

Saki na Dani waliondoka hadi kwa Juma. Masha alikuwa mhalifu mwenzao. Walimfahamisha hatua waliyofikia, naye aliridhika.

2 WAHALIFU HATARI

Masha alikuwa mfupi, mweusi na mnene. Umri wake ulizidi miaka hamsini. Hapo awali Masha alikuwa mfanyakazi aliyeongoza katika shamba kubwa la Ikanga.

Masha alikuwa nokoa shambani mwa Ikanga. Ikanga alimlipa Masha mshahara wa kutosha. Aliamini kuwa utendaji wa Masha ulichangia sana utajiri wake.

Hata hivyo, Masha hakuridhika na mshahara aliopata. Kwa hivyo alitumia nusu ya mshahara wake katika kujaribu kuzalisha fedha kupitia kwa biashara ndogo ya kuuza *Githeri* kwa wafanyakazi sokoni. Alimwajiri mtu kuisimamia biashara hii lakini yule mtu akaifilisisha. Masha akajikuta mashakani kifedha. Hakuwa mhitaji hata siku moja. Alikorofishwa na Ikanga baada ya kutaka msaada wa fedha.

"Nataka unikopeshe fedha ili nijenge nyumba," Masha alisema. "Nimefanya kazi kwako kwa miaka kumi sasa."

"Je, unataka fedha kiasi gani?" Ikanga alimwuliza.

"Shilingi 100,000," Masha alijibu.

"Siwezi kukupa fedha nyingi kiasi hicho," Ikanga alisema. "Mimi ninashughulikia mambo mengi yanayohitaji pesa."

"Ni mambo gani hayo unayosema?" Masha aliuliza.

"Siyo juu yako kufahamu mambo yangu yote," Ikanga alimjibu. "Isitoshe unapata mshahara mzuri na nyongeza kila mwaka. Tatizo lako ni matumizi makubwa kuliko uwezo wako."

Masha alijua ni ndoto kupata mkopo. Aliamua kusahau jambo hilo na akaendelea na kazi yake.

Siku moja Masha alikuwa shambani akifukua Jembe kando ya mto. Punde si punde, akaona kito kinachong'ara sana kikichukuliwa na maji. Akajirusha majini na kukichukua kitu hicho.

"Mungu wangu we!" Masha alijisemea.

"Bahati iliyoje hii! Haya ni madini yatakayonipa utajiri."

Masha aliduwaa. Kito hicho kiling'ara kama kioo. Nacho kilikuwa kizito, chenye pembe nyingi. Masha alikiangalia kwa muda mrefu hali amesisimka. Kisha alikiweka mfukoni na kuelekea kwa Ikanga.

"Bwana Ikanga," Masha alimwambia tajiri wake.

"Unasemaje Masha? Huu ni wakati wa kazi," Ikanga alisema.

"Sikuja kuomba pesa tena Bwana Ikanga," Masha alisema. "Safari hii ni mimi niliyekuletea pesa.

" Hahaha," Ikanga alicheka. "Hilo haliwezekani kamwe."

"Hahaha," Masha naye alicheka. Kisha akatoa kile kito kilichokuwa kinang' ara. "Tazama madini haya ya thamani," Masha alisema. "Bisha kama huu siyo utajiri."

Ikanga alishtuka kukiona kito kile. Alinyoosha mkono wake na kukipokea. Ikanga hakuchelewa kutambua kuwa kito hicho kilikuwa madini ya thamani.

"Hii ni almasi," Ikanga alimuuliza. "Umeipata wapi almasi hii?"

"Nimeiokota mtoni," Masha alijibu kwa furaha. "Bila shaka imechukuliwa na maji toka milimani. Haya, hebu nieleze ni wapi wanakonunua almasi?"

Siku zote, Ikanga alitamani pesa zaidi. Hivyo, hakutaka kupoteza bahati hiyo ya almasi. Alikuwa na nia kumpunja Masha na kutajirika upesi.

"Siyo rahisi kuiuza almasi hii," Ikanga alisema. "Naweza kukusaidia kwa sababu ninaye rafiki anayesafiri sana. Anaweza kuiuza katika nchi jirani."

"Je, naweza kupata kiasi gani?" Masha aliuliza.

"Sifahamu," Ikanga alijibu. "Je, unayo njia nyingine ya kuiuza?"

"Sina," Masha alijibu kwa mkato.

"Sawa," Ikanga alisema. "Niachie mimi suala hili. Nenda shambani ukaendelee na kazi."

Masha alitii maelezo ya tajiri wake, akarejea shambani. Sasa alikuwa na uhakika wa kupata pesa.

Masha akabaki akisema kila mara, "Nitanunua nyumba nzuri hivi punde. Ama kweli bahati huja hata uzeeni."

Baada ya siku kadha Ikanga alimwendea Masha na kumwambia hivi, "Kumbe madini yale hayana thamani," Ikanga aliogopa. "Rafiki yangu amesema hayafai kabisa kupeleka nchi za ng'ambo. Amenipa shilingi elfu kumi tu kwa

sababu ya uhusiano wetu."

"Masha alitulia kimya. Hakuwa na jambo la kufanya. "Sasa tutagawana vipi fedha hiyo?" Masha aliuliza.

"Mimi sihitaji hata senti tano," Ikanga alisema. Alisema hivyo kuonyesha Masha kwamba hakuwa na nia ya kumdhulumu. "Fedha hii itakusaidia wewe tu." Ikanga alisema.

"Hakika nimepoteza bahati yangu," Masha alisema. "Nilidhani nimepata utajiri."

"Usiote ndoto Masha," Ikanga alisema. "Huwezi kuishi kwa kutegemea bahati. Ni lazima ufanye kazi ili upate fedha."

"Lakini vipi ombi langu la mkopo?" Masha alimuuliza Ikanga.

"Nipe muda kufikiria." Ikanga alijibu kwa haraka.

Ikanga aliiuza almasi ya Masha siku iliyofuata. Alipata shilingi elfu sabini na tano. Hata hivyo, hakumweleza Masha ukweli.

Kuanzia hapo akawa anamdharau. Jambo hilo lilimfanya Masha kuwa mzembe kwenye kazi shambani na lilimfanya Masha akosane na tajiri wake. Alipoanza kumdharau kazini ndipo walipoanza kuzozana.

"Siwezi kuivumilia tabia hii," Ikanga alimwambia. "Ukiendelea na uzembe wako, nitakuachisha kazi."

"Sijali," Masha alisema kwa hasira. "Umenidhulumu almasi yangu na sasa unanitishia kazi."

"Mimi sijakudhulumu," Ikanga alisema. "Unataka kuifanya hiyo kuwa sababu tu. Siwezi kukukopesha pesa. Endelea kufanya kazi na uache uzembe wako au acha kazi."

Masha hakumsikiliza tena tajiri wake. Aliamua kuacha kazi baada ya siku chache.

Tangu hapo, Masha aliamua kulipiza kisasi. Aliamini kuwa Ikanga alimdhulumu almasi yake. Ndipo alipoanza mpango wa kumteka nyara Komen ili apate pesa toka kwa Ikanga.

Mwanzoni Masha hakujua namna ya kuutekeleza uamuzi wake. Alijaribu kufikiria matukio ya utekaji nyara kadhaa aliowahi kuyasikia.

"Lazima nipate watu wa kunisaidia," Masha alijisemea. Mimi siwezi kumteka nyara Komen peke yangu. Tena Komen ananifahamu vizuri."

Baada ya kufikiri sana, Masha aliwakumbuka

vijana wawili. Siku zote aliwaona vijana hao kilabuni. Isitoshe, aliwahi hata kuwanunulia pombe.

"Hawa wanaweza kunisaidia." Masha aliwaza. "Isitoshe, hawanijui vizuri."

Siku moja jioni Masha alikwenda kilabuni. Baada ya kupita huku na kule aliwaona wale vijana. Vijana hao waliitwa Saki na Dani. Aliwasongelea na kuwakatiza mazungumzo yao.

"Je, mnataka pesa vijana?" Masha aliuliza akijifanya amelewa.

"Tunataka pesa sana, Mzee," vijana hao walijibu.

"Mnaweza kupata pesa endapo mtanisaidia." Masha alisema.

"Tukusaidie vipi?" Dani aliuliza. "Sema Mzee sisi tupo tayari."

"Hatuwezi ongelea hapa," Masha alisema. "Ni jambo la siri kidogo. Je, tunaweza kwenda faragha kidogo?"

"Sawa," Saki na Dani walijibu kwa pamoja. Aliwaeleza mpango wote wa kumteka Komen na kudai pesa kutoka kwa baba yake.

Saki na Dani walitazamana na kupeana ishara. Hao walikuwa wahalifu, hivyo walifurahia kazi hiyo na kutoa maelekezo mazuri zaidi.

"Hiyo ni kazi nzuri," Dani alisema. "Tutahitaji gari na mahali pa kumficha mtoto huyo."

"Gari lipo," Saki alijibu. "Tutaazima gari kwa Juma. Pia sehemu nzuri ya kumficha Komen ipo."

"Ni wapi huko?" Masha aliuliza.

"Ipo nyumba tupu nje ya mji," Saki alieleza. "Labda mfikirie sehemu ya kupokelea pesa."

Masha alikwishalifikiria jambo hilo. Aliwauliza, "Mnaujua ule mbuyu kando ya Hoteli ya Teraza?"

Kuna tundu katika mbuyu ule.
Tutamwelekeza baba yake aweke fedha pale."
"Sawa," Dani na Saki walisema.

"Kwanza itabidi mumfahamu Komen," Masha alisema.

"Nitawapeleka shuleni anakosomea, nanyi mtapanga mbinu za kumpata."

Watu hao watatu walikubaliana juu ya kiwango cha pesa ambacho wangedai. Pia walikubaliana kuwa wangegawana sawa sawa ikiwa ni pamoja na mwenye gari.

"Kila mtu atapata shilingi elfu hamsini," Masha alisema. "Nina uhakika kuwa baba yake Komen atatoa shilingi laki mbili."

Watu hao waliagana na kukutana siku iliyofuata. Masha aliwaongoza hadi shuleni. Kwa muda wa siku mbili Saki na Dani walipata fursa kumtambua Komen vizuri kabla ya kuikamilisha mipango yao.

3 MPELELEZI HODARI

Saki na Dani walirejea msituni mara baada ya jua kuzama. Walimkuta Komen kama walivyo mwacha. Wakasubiri habari kutoka kwa Masha.

Nyumbani kwa Ikanga hali haikuwa shwari hata kidogo. Mama yake Komen alitokwa na machozi asijue la kufanya. Wanawe wa kike nao walionyesha mashaka. Hiyo ilikuwa mara ya kwanza kwa Komen kuchelewa kurudi nyumbani.

Ikanga alijaribu kuwauliza wanafunzi jirani. Wote walimfahamisha kuwa walitoka shuleni mchana. Hakuna mwanafunzi jirani aliyefahamu habari za Komen.

"Hii ni ajabu sana," Ikanga alimwambia mkewe. "Huenda Komen amekutana na watu wabaya au amepatwa na ajali. Je, Neema, mke wangu, unalionaje suala hili?"

"Suala la Komen linanipa huzuni sana," Neema alisema. "Ni vema tusubiri ili tujue mwisho wake."

"Hatuwezi kusubiri zaidi," Ikanga alisema.

"Lazima tuifahamishe polisi juu ya kutoweka kwa Komen."

"Wapigie simu basi," Neema alisema. Ikanga alipiga simu polisi saa moja usiku.

Mpelelezi wa polisi, aitwaye Musa aliipokea simu hiyo.

"Je, wewe ni nani?" Mpelelezi Musa aliuliza.

"Mimi ni Ikanga, mkulima hodari. Nakufahamisha kuwa mwanangu aitwaye Komen ametoweka. Komen ana umri wa miaka kumi na miwili. Ni mwanafunzi wa darasa la sita katika shule ya msingi ya Kilatu."

Mpelelezi Musa alikuwa hodari katika kazi yake. Aliyaandika maelezo ya Ikanga katika kijitabu kidogo. Hata yeye alimfahamu vema Ikanga. Mara aliposikia mtoto wa tajiri ametoweka, wazo la wahalifu lilimjia.

"Je, mtoto huyo aliyetoweka alikuwa wapi?" Mpelelezi Musa aliuliza.

"Hakurejea nyumbani tangu atoke shule," Ikanga alijibu.

"Je, hakuna habari zozote kufuatia kutoweka kwake?" Mpelelezi Musa aliuliza.

"Hakuna," Ikanga alijibu.

"Bwana Ikanga, una ugomvi au mgogoro na mtu yeyote katika kazi yako?" Musa aliuliza.

"Sina ugomvi na mtu yeyote," Ikanga alijibu.

"Vema," Musa alisema. "Mimi ni Mpelelezi Musa Kapoi na unanifahamu Bwana Ikanga. Nitaanza kulishughulikia suala hili mara moja.

"Sawa Bwana Musa," Ikanga alisema.

"Kama kuna jambo lolote jipya, tafadhali tupigie simu," Musa alisema.

Ikanga alivutiwa na maelezo hayo. Akauliza, "Ni mambo kama yapi?"

"Kama kuna mtu amemteka nyara mwanao, usiwe na shaka," Musa alisema. "Kama ni wateka nyara wanaotaka pesa, lazima watakuita na kutoa masharti yao." Ikanga alifurahishwa na maelezo hayo.

Akamgeukia mkewe na kusema, "Mpelelezi Musa anafahamu kazi yake. Anahofia kuwa kuna watu wamemteka nyara Komen. Tusubiri kama tutapata ujumbe wowote."

"Lakini hakuna habari zozote za wateka nyara," Neema alisema.

"Tusubiri mke wangu." Ikanga alisema. "Hayo yanawezekana."

Baada ya muda mfupi, polisi walitangaza habari za mtoto aliyetoweka. Redio na televisheni nazo zilitangaza kutoweka kwa Komen.

Mpelelezi wa Polisi, Musa, alipekuwa majalada mbalimbali yaliyokuwa kumbukumbu za wahalifu. Hata hivyo, hakuweza kumhusisha mtu yeyote.

"Kesho nitakwenda shuleni kwake," Mpelelezi Musa alisema. "Nitakwenda kumhoji Mwalimu Mkuu."

Wakati huo Komen alijawa na huzuni sana. Mfuko wake wa vitabu ulikuwa sakafuni karibu na nguzo. Komen aliwaza namna ambavyo wazazi wake wangemtafuta.

"Labda majivuno yangu yameniponza," Komen aliwaza. "Kila mara hujisifia utajiri wetu. Labda hawa watu walinisikia."

Fikra zake hazikupunguza hatari iliyomkabili. Saki na Dani walimtazama bila kupepesa macho.

Baada ya muda walitoa kapu lenye vyakula na chupa ya chai. Dani alisimama na kumfungua Komen kitambaa cha mdomoni. Komen alipumua kwa nguvu, akapata ahueni.

"Unataka chai?" Saki alimwuliza Komen.

"Wala sitaki," Komen alijibu. "Sijisikii kunywa chai. "Komen aliwaza kuwa watu hao walijiandaa kwa kila kitu kabla hawajamteka nyara. Wazo la kutoroka tena likamjia.

"Naomba mnifungulie nikajisaidie," Komen alisema.

"Hatukufungulii," Dani alisema. "Unataka kututoroka tena?"

"Siwezi kuwatoroka," Komen alisema. "Je, mnaweza kunieleza ni kwa nini hamniachi niende?" Komen aliuliza.

"Tunamsubiri Bob," Dani alisema. "Bob atatuletea fedha toka kwa baba yako. Sisi hatuna haja kukudhuru. Tukiletewa fedha tu, tutakuachilia."

Komen aliyafurahia maelezo hayo. Alijua baba yake angetoa kiasi chochote cha fedha ili aachiliwe.

Tangu jioni hiyo, Masha akawa mtu mwenye furaha sana. Hata alipokuwa kilabuni, alipita huku na kule akichekelea. Kwa sababu hiyo hakuweza kujua kuwa muda ulikwenda upesi.

"Eti ndugu ni saa ngapi?" Masha alimwuliza mtu mmoja.

"Saa tatu usiku," yule mtu alijibu.

Masha alipatwa na kiwewe. Akaelekea kando ya Hoteli ya Teraza. Hoteli hiyo ilijitenga mbali na majumba mengine. Hata taa zake hazikuufikia ule mbuyu uliokuwa na tundu.

Masha alijipenyeza katika nyasi ndefu hadi mbuyuni. Alichunguza katika tundu la mbuyu akitarajia kukuta fedha. Tundu lilikuwa tupu.

Masha alikata tamaa. Aligeuka na kutembea upesi. Ndipo alipowakumbuka wale wahalifu wawili.

"Watu hao watanidhuru," Masha alijisemea. "Lazima niende huko upesi ili wajue kilichotokea."

Masha alikwenda nyumbani kwake kwanza. Alipata wazo kuwa kulikuwa na haja ya kumrekodi sauti Komen, kisha aipeleke ile kanda kwa kina Komen.

"Ikanga akisikia sauti ya mwanawe atatoa pesa," Masha alijisemea.

Baada ya muda Masha alikuwa tayari. Alichukua mfuko na kuiweka mashine ya kunasia sauti. Kisha akaanza kutembea kuelekea vichakani. Eneo walilokuwa wenzake lilikuwa mbali, akafika huko saa tano.

"Bob huyo amefika," Saki alisema. "Leo atatukoma. Kama hana pesa atajua sisi ni kina nani!"

Masha hakuingia katika chumba alichofungwa Komen. Alifanya hivyo ili Komen asimtambue.

"Pesa zetu ziko wapi?" Dani aliuliza.

"Bado Ikanga hajaweka pesa," Masha alijibu. "Huenda yule mtoto hakuifikisha barua. Nimekuja na mashine ili tumrekodi Komen."

"Wewe umekwisha chukua pesa zote," Saki alifoka.

"Usituongopee hapa." Masha alijitetea.

Saki na Dani hawakumwamini. Walimkamata na kumwangusha chini. "Toa pesa zetu," walimwamuru.

" Lazima mvumilie," Masha alisema. "Tumempa Ikanga saa 48 na bado hazijapita. Pale atakapoweka pesa tu, nitazileta hapa."

Saki na Dani waliridhika, wakamwachia. Kisha wakamwelekeza Komen baada ya kuandika.

"Soma kama karatasi ilivyo," Dani alisema. "Tunataka baba yako asikie sauti yako ili atoe pesa."

Komen alitamka hivi:

Baba Mpendwa, mimi nimetekwa nyara. Tafadhali wape hawa watu shilingi laki mbili. Ziweke kwenye tundu la mbuyu karibu na Hoteli ya Teraza. Kama usipofanya hivyo watanidhuru.

Dani aliijaribu kanda hiyo na sauti ya Komen ilisikika vizuri. Masha aliichukua kanda hiyo na kuaga.

"Nitajitahidi sana, Masha aliahidi. "Ikishindikana nitampigia simu Ikanga." "Simu itafaa sana," Dani alisisitiza.

Baada ya Masha kuondoka, Komen aliongea. "Mbona huyo kiongozi wenu hafiki kwangu?"

Saki na Dani walimpuuza Komen. Walimshauri ale chakula, akakubali. Akapewa chai na mkate. Komen alikula chakula kwa sababu aliwaona wakila chakula hicho. Awali alidhani wangempa chakula kilichokuwa na sumu.

Saki na Dani walizungumzia uwezekano wa Masha kupata pesa.

"Labda anadharau," Dani alisema." Hajui kama sisi ni wahalifu."

"Naamini hajapata pesa," Saki alisema. "Tumsubiri hapo kesho. Huenda akaipeleka ile kanda leo hii."

Mawazo ya Dani yalikuwa sahihi. Masha alitembea msituni hadi mjini. Aliweza kuyafikia makazi ya Ikanga na kuitupia ile kanda uwani, ile kanda ilitua katika mfereji wa maji machafu. Haukupita muda, ikazama katika tope.

4 MTEGO WA POLISI

Hadi kulipopambazuka, Ikanga alikuwa hajapata habari zozote juu ya Komen. Alifika kituo cha polisi kiasi cha saa mbili asubuhi. Wakati huo Mpelelezi Musa alikwisha wasili. Baada ya kusalimiana walipanga hatua iliyofuata.

"Twende shule ya Kilatu," Musa alisema "Kama Komen ametekwa nyara, lazima gari litakuwa limetumika. Huenda kuna mtoto aliyeliona gari liliomchukua."

Mpelelezi Musa aliingia katika gari la polisi, kisha akamfuata Ikanga. Walipofika shuleni, Mwalimu Mkuu aliwapokea.

"Shikamoo, mimi ni Musa, Mpelelezi wa Polisi," askari alijitambulisha. "Na huyu ni Ikanga, baba wa mtoto aliyetoweka."

"Karibuni sana," Mwalimu Mkuu alisema. "Ningependa kufahamu kwa undani matatizo ya Komen."

"Sisi tumefika hapa ili utusaidie," Mpelelezi

Musa alisema. "Je, kuna habari yoyote inayomhusu Komen?"

"Ndiyo" Mwalimu Mkuu alisema. "Nimeongea na wanafunzi kadhaa muda mfupi uliopita. Mwanafunzi mmoja alimwona Komen akiondoka na watu wawili. Mmoja alikuwa mfupi ana ndevu nyingi na kijana zaidi. Mtu wa pili naye alikuwa mfupi na mweusi."

Mpelelezi Musa aliandika yote hayo katika kijitabu kidogo. Mwalimu Mkuu aliendelea,

"Watu hao walikuwa na gari la buluu aina ya Toyota, namba zake ni XTY 80Z."

Mpelelezi Musa aliuliza, "Mvulana aliyerekodi hayo anaitwaje? Na unadhani kwa nini alifanya hivyo?"

"Jina lake ni Lisa Justin Moto," Mwalimu Mkuu alisema. "Alifanya hivyo kwa sababu tunawafundisha ujasiri. Hivyo, wanafunzi makini hutoa taarifa pale wanapokuwa na wasiwasi na magari au watu wasiowaelewa nyendo zao."

Mpelelezi Musa aliagiza Lisa Justin Moto aitwe. Mtoto huyo jasiri alijieleza bila woga.

"Niliwaona watu wawili. Mmoja alikuwa mfupi mwenye ndevu nyingi. Mwingine alikuwa mfupi

na mweusi. Gari lao lilikuwa la kibuluu."

"Sasa naamini Komen ametekwa nyara," Mpelelezi Musa alisema.

"Justin umefanya kazi nzuri sana." Justin alitabasamu na kuondoka.

"Hakuna haja ya kupoteza wakati tena," Mpelelezi Musa alisema. "Twende zetu Bwana Ikanga."

"Nawatakia kazi njema," Mwalimu Mkuu aliwaaga.

Musa na Ikanga walirejea kituo cha polisi. Musa alifungua tena majalada ya kumbukumbu za polisi. Alitaka kujua juu ya gari lililokuwa na namba XTY 80Z. Pia alipitia orodha na picha za wahalifu waliojulikana na polisi.

"Kuna magari mengi ya kibuluu aina ya Toyota katika uhalifu," Musa alisema. Lakini hakuna gari lenye namba XTY 80Z."

"Wahalifu ni wajanja sana," Polisi mmoja alisema. "Huenda walibadili namba za gari, kama walivyozoea."

Mpelelezi Musa alisema, "Pia kuna wahalifu wengi wafupi. Wengi kati yao wana ndevu ndefu pia. Siyo kazi rahisi kumtambua mhalifu moja kwa moja."

"Unasema kweli," polisi mwingine alisema. "Mhalifu anaweza kunyoa ndevu na nywele baada ya tukio."

"Hapa kuna uwezekano wa aina mbili," Mpelelezi Musa alisema. "Kwanza watu wema wanaweza kumwona Komen, wakatoa taarifa. Pili ni kusubiri wateka nyara wadai pesa ili tuwanase."

"Nitakupigia simu baadaye," Ikanga alisema. "Endapo nitapokea taarifa yoyote, nitakuarifu."

"Vema," Mpelelezi Musa alisema. "Lakini tafadhali usijihusishe na wahalifu bila msaada wetu."

Ikanga alirejea kwake. Saa nyingi zilipita bila ya kutokea jambo jipya. Hata Masha naye alifikia uamuzi mwingine. Akaamua kumpigia simu Ikanga.

Masha aliifahamu vema namba ya simu ya Ikanga. Akaenda kwenye kibanda cha simu na kusubiri watu wote waondoke.

"Nataka kuongea na Ikanga," Masha aliongea katika simu.

"Ikanga ametoka kidogo," mtumishi wa Ikanga alisema. "Je, wewe ni nani?"

"Mimi ni Alex," Masha aliogopa. "Nina jambo

muhimu la kumwambia. Je, mkewe yupo?"

"Yupo," mtumishi alijibu. Kisha akamwita Neema.

Mama Komen alisikiliza kwa makini. Masha alijitahidi kubadili sauti yake.

"Komen yupo salama hapa," Masha alisema "Komen! Wewe ni nani?" Neema aliuliza kwa mshtuko.

"Mimi ni mmoja kati ya watu waliomteka nyara." Masha alisema. "Kama unataka kumpata Komen akiwa hai, basi tekeleza masharti yetu."

"Masharti gani hayo?" Neema aliuliza.

"Peleka shilingi laki mbili katika shimo la mbuyu karibu na Hoteli ya Teraza. Masha alisema, "Muda wa mwisho ni leo saa nne usiku." "Ukiwaeleza polisi tu, huu ndio mwisho wa Komen."

Masha aliondoka katika kibanda cha simu upesi. Akaenda hadi kilabuni. Wazo la kumpata msaidizi mwingine, likamjia. Alipomwona Fati akimfuata.

"Mzee ninunulie nyama choma," Fati alisema. "Hali yangu siyo nzuri siku hizi."

"Ahaa," Masha alisema, "Nitakununulia nyama. Lakini ukitaka pesa nitakupa kazi ya kufanya."

"Nipe hiyo kazi Mzee," Fati alisema. "Nipe hata sasa hivi."

Masha alijua wazi kuwa Fati hakuwa na fedha. Kila mara alipitapita kilabuni akiomba pombe na nyama.

"Ukishakula nyama, nitakupa kazi nzuri," Masha alisema.

Akamwagizia Fati nyama ya kuchoma.

Baada ya Fati kula nyama, Masha alimwita pembeni. Akamweleza mpango wa kuchukua pesa katika tundu la mbuyu.

"Kuna mtu ataleta pesa pale," Masha alimweleza. "Ataziweka mbuyuni. Mimi nitaongozana nawe. Ukishauchukua huo mfuka wa pesa tutakwenda kugawana."

" Ni kazi rahisi sana," Fati alisema. "Je, ni shilingi ngapi?" Fati aliuiza.

"Ni shilingi laki mbili," Masha alijibu. "Tutakwenda karibu na Hoteli ya Teraza kiasi cha saa nne usiku"

"Sawa," Fati alikubali.

Ikanga alifika kwake mara baada ya Masha kupiga simu. "Nimetoka polisi hivi sasa," Ikanga alisema. "Je, kuna habari zozote huku nyuma?"

"Kuna mtu amepiga simu," Neema alisema. "Wateka nyara wanataka shilingi laki mbili ili wamwachilie Komen. Wametoa onyo usimwambie polisi. Wanataka pesa hizo leo kabla ya saa nne usiku."

"Mungu wangu we!" Ikanga alisema. "Je, watazichukua wapi pesa hizo?"

"Katika tundu la mbuyu karibu na Hateli ya Teraza," Neema alisema.

"Nitawaarifu Polisi sasa hivi," Ikanga alisema. Mpelelezi Musa siyo mbumbumbu. Amenizuia nisijihusishe na wateka nyara moja kwa moja.

"Ni bora upeleke fedha mume wangu" Neema alisema.

"Sipeleki ng'o!" Ikanga alisema. "Sitafanya hivyo bila maelekeza ya Musa," Ikanga alisema na kupiga simu Polisi.

Mpelelezi Musa alifurahi baada ya kuelezwa habari za wateka nyara. Naye alitoa maelekezo yake mara moja.

"Peleka mfuka wenye pesa saa nne usiku "Musa alisema.

"Wakati huo vijana wangu watakuwa hapa. Ukishaweka fedha, ondoka upesi. Wateka nyara watakamatwa watakapaifuata pesa, sawa?"

"Sawa," Ikanga alisema kwa furaha.

5 WANAWAKE SHUJAA

Wakati huo, Komen aliwasikiliza Saki na Dani wakiongea. Walijadiliana kuhusu kimya cha Bob, yaani Masha.

"Naamini Bob ametuhadaa," Dani alisema. "Tumdhuru huyu mtoto kisha tukimbie."

"Hilo halina faida kwetu," Saki alisema. "Bado najiuliza kwa nini Bob atugeuke hivi?" "Tusubiri," Dani alisema. "Huenda yupo njiani anakuja. Saa arobaini na nane hazijapita." "Lakini tunaweza kudai fedha sisi wenyewe badala ya Bob," Saki alishauri. "Huyu mtoto anaweza kutuelekeza kila kitu."

Dani alisimama baada ya maelezo hayo. Akamfuata Komen na kumtisha.

"Leo ndio mwisho wako," Dani alisema. "Kama hatutapata pesa leo, basi ujue hutarudi kwenu!"

"Mamaa! Mamaa!" Komen alipiga yowe.

"Nyamaza! "Dani alimkaripia. Kisha akamfunga kitambaa mdomoni.

Marafiki wawili wanawake walimsikia Komen

akipiga yowe. Wanawake hao walipita katika gari kando ya msitu huo. Walikuwa wametokea mji mwingine wakirejea Isanza. Gari lao lilichemka. Wanawake shujaa hao walikuwa Lucy na Mary. Mmoja wao aligundua kwamba gari lilitakiwa maji. "Hebu simamisha gari." Mary aliegesha gari pembeni. Walipokuwa wanaweka maji katika gari ndipo waliwahi kusikia sauti ya mtoto anapiga kelele. "Mamaa! Mamaa!" Walisikia minong'ono toka jirani. Pia, waliweza kuona mwanga wa mshumaa katika ile nyumba gofu.

"Hakuna watu wanaoishi hapa," Lucy alisema. "Tulipita hivi majuzi tulipokuwa tunawinda. Hebu tusongee tujue kuna nini."

Mary na Lucy walinyatanyata baada ya kutoka garini. Walipofika dirishani, walimwona Komen na wateka nyara wake. Wakaendelea kusikiliza mazungumzo yao.

"Lazima huyu mtoto aandike barua kwa baba yake," Dani alisema.

"Tutahakikisha tunapata shilingi laki mbili. Bob hawezi kuja huku tena. Labda ameogopa."

"Andika namba ya nyumba yao," Saki alisema. "Lazima tufanye haraka."

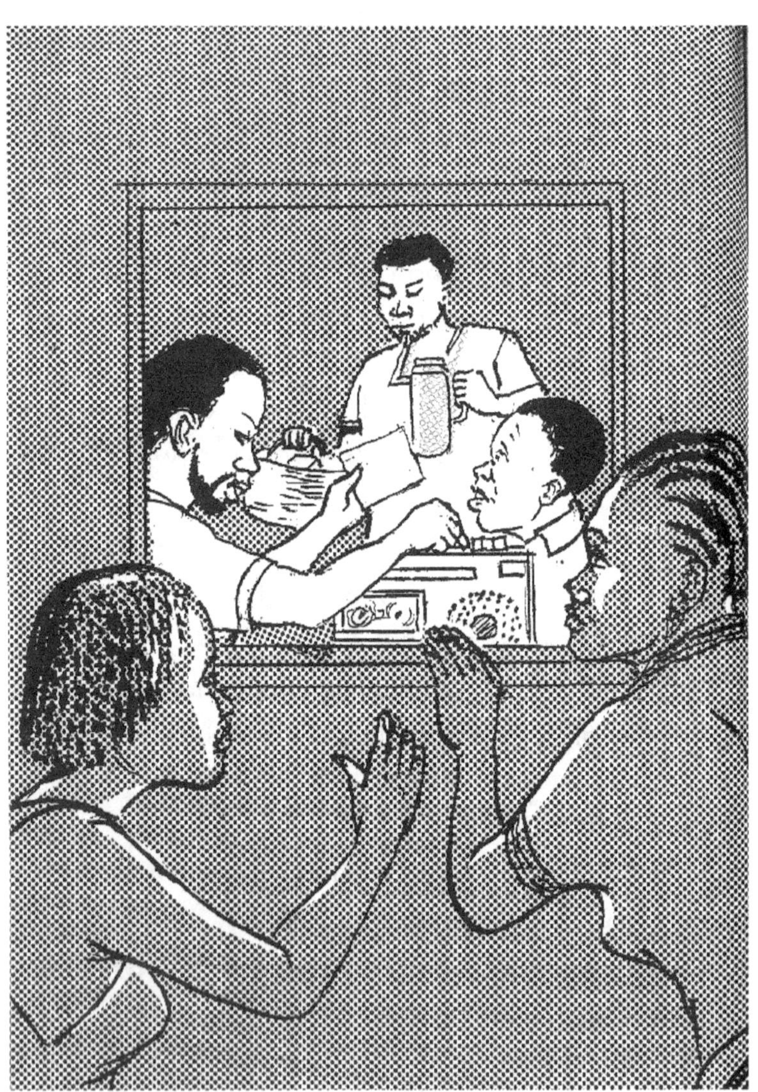

Lucy na Mary walielewa kilichotokea. Walikuwa wamesikia redioni habari za kupotea kwa mtoto wa Ikanga. Walirudi nyuma polepole na kupanga.

"Lazima tumwokoe huyo mtoto," Lucy alisema.

"Kuna hatari ya kushambuliwa na wahalifu hao," Mary alisema. "Je, tutatumia njia gani kumwokoa?"

"Sikiliza," Lucy alisema. "Tutawazidi maarifa. Tutawaeleza kuwa hata sisi tulitaka kumteka nyara Komen. Hivyo, sisi tunaweza kupata pesa hizo leo hii. Kisha nitaondoka na mmoja wao na kumfikisha polisi."

"Hayo yanawezekana?" Mary aliuliza.

"Ndiyo," Lucy alisema. "Tena basi tunaweza kuwapa tamaa ya pesa zaidi. Hizi ndizo mbinu zetu. Hiyo itawafanya wanaswe katika maarifa yetu."

"Sawa," Mary alikubali.

Wakati wakiisogelea ile nyumba waliliona gari la watekaji nyara. "Wana gari," Lucy alisema. "Wamelificha kichakani."

"Twende usisite," Mary alisema.

Dani na Saki walisimama baada ya Lucy na Mary kufika.

"Mnatafuta nini hapa?" Dani aliuliza. "Kama mmetufuata sisi, leo mtakoma."

Dani tayari alikuwa na bastola mkononi.

"Sisi hatuwafuati nyinyi," Lucy alisema."Tunajua huyu ni mtoto wa Ikanga. Tusikilizeni vema ili tuwasaidie."

Dani na Saki walitazamana.

"Tunajua mnamsubiri Bob," Lucy alisema.

"Sisi tunamfahamu sana Bob. Hawezi kuleta pesa wala hatapewa pesa."

"Sasa maelezo hayo yatatusaidia nini?" Saki aliuliza.

Komen aliwasikiliza kwa makini. Moyo wake ulidunda kwa kasi. Aliamini kuwa watu hao wangemwokoa. Lakini alipozidi kuwasikiliza woga ulimzidi.

"Mnaweza kupata pesa upesi zaidi," Lucy aliendelea. "Sisi tunamjua vema Ikanga. Mkishirikiana nasi tutapata pesa."

Saki alifikiri kidogo. Lakini alishindwa kuwaamini wanawake hao. Akauliza, "Sasa ilikuwaje hata mkafika hapa?"

"Sisi tumepita njia tu," Lucy alisema.

"Tulimsikia huyu mtoto akipiga yowe. Tukaamua kuchunguza."

"Ahaa," Saki alisema," Kumbe nyie niwapita njia tu!"

"Ndiyo," Lucy alisema. "Lakini tumesikia redioni habari za mtoto huyu. Isitoshe tunamjua baba yake. Ni mtu mbaya sana. Mara nyingi huwaachisha watu kazi. Hata sisi tulipanga kumteka nyara huyu mtoto."

"Sawa," Dani alisema. "Je, tunaweza kupata shilingi ngapi toka kwa Ikanga?"

"Tunaweza kupata shilingi laki tatu leo hii," Lucy alisema. "Mimi naweza kuongozana na mmoja wenu. Mwenzangu atabaki hapa na mtu mmoja."

Wazo la kupata pesa zaidi liliwapa matumaini Saki na Dani. Hasa pale Lucy alipozumgumzia kupata pesa zaidi na kwa haraka. Walifikiri kwamba Masha amewadhulumu kwa kuchelewa kwake.

Lucy alihakikisha Komen anaandika barua kwao. Aliandika kama Dani na Saki walivyotaka. Walimtaka Ikanga atoe shilingi laki tatu.

"Tutagawana fedha hiyo sawa kwa sawa," Dani alisema.

Baada ya muda, Dani alifuatana na Lucy garini. Lucy aliwaaga Saki na Mary.

"Sisi tunakwenda," Lucy alisema. "Nina uhakika wa kuleta fedha usiku huu huu."

Dani alikuwa kwenye kiti cha nyuma. Lucy aliwasha gari na kuliondoa kwa kasi. Haukupita muda Dani akaanza kusinzia. Lucy alilifurahia sana jambo hilo.

Baada ya kufika mjini, Lucy alisimamisha gari mbali kidogo na kituo kikuu cha polisi. Kisha akamwaga Dani, akiwa na ile karatasi aliyoiandika Komen.

"Nenda upesi," Dani alisema hali akijilaza garini.

Lucy alipita uchochoroni, kisha akatokeza mbele ya kituo cha polisi.

Mpelelezi Musa alikuwa bado kituoni. Alikuwa anasubiri kwa hamu kushikwa kwa wateka nyara. Lucy alimshtua kwa habari nyingine.

"Tumewaona watu waliomteka yule mtoto, Lucy alisema.

"Tayari ninaye mteka nyara mmoja katika gari langu."

"He!" Musa aliduwaa. "Umempata wapi?"

"Katika nyumba walimomweka yule mtoto," Lucy alieleza. "Mimi na mwenzangu tuliwahadaa kuwa tutashirikiana nao. Mwenzangu bado yupo kichakani na mmoja wa wateka nyara."

Mpelelezi Musa alimwelewa Lucy upesi. Akaamuru askari wawili wafuatane na Lucy.

"Twendeni," askari walisema. Askari wawili walimkamata Dani kirahisi. Dani hakulitegemea jambo hilo.

"Mnanipeleka wapi?" Dani aliuliza.

"Upo chini ya ulinzi," askari walimkokota hadi Polisi.

"Ajabu sana," Mpelelezi Musa alishangaa. "Namjua sana mhalifu huyu. Wewe Dani si uliapa kuwa umeacha uhalifu? Ni mwaka jana tu tangu ulipotoka jela!"

"Sijafanya kitu afande," Dani alisema. "Hawa askari wamenivamia tu."

Baada ya hapo, Lucy alimweleza Mpelelezi Musa juu ya safari yao. Pia alimfahamisha juu ya ujanja waliotumia.

"Umefanya kazi nzuri sana," Mpelelezi Musa alisema. "Lakini kuna jambo la kufanya kwanza kabla hatujawakamata wote." Alitazama saa yake. Mishale ilikuwa imegota kwenye saa nne kamili.

Wakati huo, Fati na Masha walikuwa wamejilaza

kichakani. Macho yao yalikuwa kwenye mbuyu kando ya hoteli ya Teraza. Hawakuwaona askari wawili waliokuwa nyuma yao.

Nyuma ya mbuyu huo, askari wawili zaidi nao walisubiri kwa hamu. Nyasi ndefu ziliwakinga. Lakini waliweza kusikia minong'ono toka upande wa kina Masha.

Saa nne kamili usiku, Ikanga alifika mbuyuni na kuuacha mfuko wenye pesa.

"Tayari," Masha alisema. "Nenda upesi kachukue fedha yetu." Fati alielekea mbuyuni upesi.

"Simama hapo ulipo," askari walimwamuru Fati. Kabla hajasogea, akatiwa mbaroni.

Masha aligeuka na kuanza kukimbia. Alishangaa pale alipotokeza mbele ya askari wawili.

"Hee!" Masha alipiga kelele.

Lakini kelele hizo hazikufua dafu, askari wawili walimtia mbaroni.

"Tulia," askari walisema. " Ulifuatilia pesa wewe."

"Mimi ni mpita njia tu," Masha alijitetea.

Fati naye alijitetea. "Mimi nimetumiwa na mtu aliyekamatwa kule. Sifahamu chochote juu ya pesa hizi."

"Tulia," askari alisema. "Utatoa maelezo yako kituoni, siyo hapa."

6 KOMEN APATIKANA

Mpelelezi Musa alifurahi sana. "Hii ni kazi nzuri sana," Musa alisema. "Tumewakamata wateka nyara na tumeokoa pesa. Huu ni ushindi mkubwa."

Masha na Fati walisimama katikati ya ukumbi wa polisi. Askari wanne walihakikisha hawaponyoki.

Mpelelezi Musa alimtazama Lucy ambaye alichezesha kichwa chake. "Mtoeni Dani upesi," Mpelelezi Musa aliagiza. Askari mmoja alitimiza agizo hilo.

Dani alishtuka baada ya kumwona Masha. Mpelelezi Musa alisogea karibu na Dani.

"Dani," Musa alisema. "Unawajua watu hawa wawili?"

"Namfahamu mmoja," Dani alisema. "Ni huyo Bob."

"Ni Masha, siyo Bob," Musa alisema na kuangua kicheko. "Masha alibadili jina kwa ajili ya usalama wake."

Dani alitoboa siri kuwa ni Masha aliyepanga mpango wote. Jambo hilo lilimfanya Masha atetemeke sana. Wala hakujua Dani alifikaje polisi wakati huo.

"Utayasema hayo mahakamani," Mpelelezi Musa alisema. Kisha alimpigia simu Ikanga.

"Kuna nini tena? Mbona nimekwishaacha pesa mbuyuni!" Ikanga alisema.

"Tumekwisha wakamata wahalifu," Mpelelezi Musa alisema. "Je, unamfahamu mtu yeyote anayeitwa Bob au Masha? Ni mtu mzima, mweusi na ana kovu katika shavu la kulia."

"Ndiyo, namfahamu," Ikanga alijibu. "Aliwahi kuwa mtumishi wangu."

"Masha ndiye aliyewaongoza wateka nyara wa mwanao," Musa alisema. "Tumekwisha gundua aliko mwanao, tafadhali njoo upesi."

Ikanga alitabasamu kwa mara ya kwanza baada ya siku mbili. Alimtazama mkewe aliyeshika tama. Hata watoto wao wa kike walionyesha furaha.

"Naelekea polisi sasa hivi," Ikanga alisema. "Sasa tuna uhakika wa kumpata Komen."

Wakati Ikanga alipokuwa akielekea polisi,

Mpelelezi Musa alimhoji Masha.

"Masha,nieleze aliko Komen," Musa alisema. "Hakika mimi sifahamu," Masha aliogopa. "Nimekamatwa na polisi nilipokuwa napita njiani tu."

"Sisi tunaelewa aliko Komeni," Musa alisema. "Umekwisha mwona Dani hapa. Vijana wangu, wafungieni ndani wahalifu hawa."

Masha, Fati na Dani walifungiwa katika vyumba tofauti. Mpelelezi Musa aliwaagiza askari wanne wafuatane na Lucy.

"Nendeni upesi huko msituni," Mpelelezi Musa alisema. "Fuataneni na huyu msamaria mwema. Hakikisheni mnamleta mhalifu na Komen pia."

"Pia, tuliliona gari lao afande," Lucy alisema. "Nilisahau kukwambia mapema."

"Vema," Mpelelezi Musa alisema. "Hakikisheni mnalileta gari hilo."

Lucy aliwaongoza askari wanne ambao walipanda katika gari la polisi. Kila Lucy alipopinda kona, gari hilo la polisi lilifuata kwa karibu.

Baada ya kufika kwenye eneo lililokuwa na nyumba, Lucy alisimamisha gari. Wale askari waliokuwa na silaha nao pia walisimamisha gari.

"Twendeni," Lucy aliwanongoneza.

"Humo ndani yumo Mary, ambaye ni mwenzangu. Yeye ni mrefu, lakini mhalifu ni mfupi na mweusi."

"Vema," askari waliitikia. Wakatembea njongwa njongwa hadi walipoivamia ile nyumba.

"Mungu wangu eh!" Saki alipigwa na bumbuwazi. "Askari! " Akaropoka.

"Upo chini ya ulinzi!" Askari walimwahi Saki kabla hajakimbia. Komen alichekelea.

"Mfungueni huyo mtoto," askari mmoja aliagiza.

Komen alifunguliwa kamba na kile kitambaa. Hatimaye alipumua kwa amani. Hata hivyo, mwili wake ulilegea sana.

"Asanteni sana kwa kuniokoa." Komen aliwaambia wale askari.

"Washukuru wanawake hawa wawili," askari walisema. "Bila ya hawa wasamaria wema tusingefika hapa."

Komen aliwashukuru Lucy na Mary

"Lipo wapi gari lao?" Askari aliuliza.

"Nitakuonyesha," Lucy alijibu.

Saki hakuwa na la kusema. Alipekuliwa na ufunguo wa gari ukapatikana. Komen alichukua mfuko wa vitabu, na wote wakatoka nje ya ile nyumba.

"Ingia garini," Askari walimwambia Saki. Naye aliingia upesi.

"Gari hili ni la nani?" Askari alimwuliza Saki.

"Tuliliazima kwa Juma," Saki alijibu.

"Hata yeye atakamatwa," askari mmoja alisema. "Kwa vyovyote anaufahamu mpango huu wote. Wenzako tayari wamekamatwa!"

Msafara wa Lucy na askari ulifika polisi baadaye. Ikanga alimwona Komen akirukaruka kwa furaha.

"Komen mwanangu! Ikanga alisema. "Ama kweli, Mungu ni mkubwa."

"Baba! Baba!" Komen naye alishangilia.

Baba na mwana walikumbatiana.

Mpelelezi Musa alimfahamisha Ikanga juu ya Lucy na Mary.

"Hawa ni watu wema," Musa alisema. "Wametusaidia kuwanasa wahalifu."

"Nitawazawadia watu hawa shilingi elfu hamsini kila mmoja," Ikanga alisema. "Pesa zangu zipo wapi?"

Mpelelezi Musa alicheka. Kisha akasema, "Huwezi kuzipata sasa hivi. Fedha hizo zitatolewa mahakamani kama ushahidi.

Wazawadie wanawake hawa kwa fedha zingine. Unaweza kuwaletea fedha zao kwa kupitia polisi.

"Nitafanya hivyo kesho," Ikanga alisema. Masha na wenzake walitolewa ili wawaone wenzao. Wote walishangaa kumwona Komen. Hapo ndipo Dani alipoanza kupiga kelele.

"Masha ametuponza," Dani alisema. "Bila Masha tusingefika hapa."

Masha naye alijitetea, "Mimi sifahamu lolote.

Nyinyi ndio wahalifu."

"Nyamazeni," Mpelelezi Musa alifoka "Mtayasema hayo mahakamani. Kesho mtaandika maelezo yenu hapa."

Masha alishindwa hata kuinua uso wake. Ikanga alimtazama kwa hasira. Lucy na Mary waliruhusiwa kuondoka. Askari waliendelea kulipekua gari walilolitumia wateka nyara.

"Tumepata kibao hiki," askari waliopekua gari walimwambia Musa.

"Oho!" Mpelelezi Musa alisema. "Namba zake ni XTY 80Z. Kumbe yule mwanafunzi alisema ukweli. Wahalifu walitumia namba bandia wakati wakimteka Komen. Lazima tumzawadie Lisa Justin Moto."

Mpaka hapo Mpelelezi Musa aliridhika na ushahidi uliopatikana. Ikanga na Komen waliruhusiwa kuondoka.

Siku iliyofuata, Mpelelezi Musa alihakikisha kuwa Juma amekamatwa. Juma alipofika polisi aliwakana wahalifu.

"Mimi sikushiriki," Juma alisema. "Tena hata siwajui watu hawa."

"Unawajua," Mpelelezi Musa alisema. "Wamewezaje kuwa na gari lako kwa siku mbili?"

Juma hakuwa na la kusema. Hata naye aliwekwa ndani. Ikanga alifika polisi na kuwazawadia Lucy na Mary. Pia, alitoa zawadi maalumu kwa Lisa Justin Moto.

Wakati Ikanga alipofika nyumbani, yule mfanyabiashara ambaye alimuuzia almasi alikuja kumuona na kudai pesa zake arudishiwe kwa sababu almasi ilikuwa bandia. Ikabidi Ikanga arudishe pesa zake. Hivi alikuwa anatingisha kichwa chake akisema, "Ni hakika kweli kama Masha amepata adabu, ni kweli tamaa nyingi ni giza kama watu wasemavyo na tena uhalifu haulipi chochote."

www.ingramcontent.com/pod-product-compliance
Lightning Source LLC
LaVergne TN
LVHW010422230826
846092LV00003BA/998

* 9 7 8 9 9 6 6 4 7 2 3 0 4 *